வத்சலா எங்கிருக்கிறாய்

வத்சலா எங்கிருக்கிறாய்

செந்தி (பி. 1968)

மதுரை மாவட்டம், திருமங்கலம் அருகில் அரசு நடுநிலைப்பள்ளியில் தலைமையாசிரியராகப் பணியாற்றி வருகிறார்.

நினைவுகளுக்குப் பின் (1996), பிறிதொன்றான மண் (2005), தனித்தலையும் செம்போத்து (2013) ஆகிய மூன்று தொகுப்புகள் வெளிவந்துள்ளன. இது இவரது நான்காவது தொகுப்பு.

குலசாமி கதை நூலொன்றைப் பதிப்பித்துள்ளார். 'புனைவு' சந்திப்புகளை பன்னிரண்டு ஆண்டுகளாக மதுரையில் நடத்தி வருகிறார்.

மின்னஞ்சல்: senthi.punaivu@gmail.com

செல்லிடப்பேசி: 9080314831

செந்தி

வத்சலா எங்கிருக்கிறாய்

காலச்சுவடு பதிப்பகம்

அன்பார்ந்த வாசகருக்கு,

வணக்கம்.

காலச்சுவடு நூலை வாங்கியமைக்கு நன்றி.

நூலின் உள்ளடக்கம், உருவாக்கம், அட்டைப்படம் இன்ன பிற அம்சங்கள் பற்றிய உங்கள் கருத்துகளையும் ஆலோசனைகளையும் காலச்சுவடு வரவேற்கிறது. தகவல், எழுத்து, வாக்கியப் பிழைகள் தென்பட்டால் கட்டாயம் தெரிவித்து உதவுங்கள். நூல் தயாரிப்பில் கடும் குறைபாடு இருப்பின் மாற்றுப் பிரதி உங்களுக்குக் கிடைக்கக் காலச்சுவடு ஏற்பாடு செய்யும்.

மின்னஞ்சல்: **publisher@kalachuvadu.com**

காலச்சுவடு நாகர்கோவில் தலைமையகத்துக்கும் கடிதம் அனுப்பலாம்.

தங்கள்
எஸ்.ஆர். சுந்தரம் (கண்ணன்)
பதிப்பாளர் – நிர்வாக இயக்குநர்

வத்சலா எங்கிருக்கிறாய் ❖ கவிதைகள் ❖ ஆசிரியர்: செந்தி ❖ © நா. செந்தில் குமார் ❖ முதல் (குறும்) பதிப்பு: டிசம்பர் 2022 ❖ வெளியீடு: காலச்சுவடு பப்ளிகேஷன்ஸ் (பி) லிட்., 669, கே.பி. சாலை, நாகர்கோவில் 629001

காலச்சுவடு பதிப்பக வெளியீடு: 1174

vatsalaa enkirukkiRaay ❖ Poems ❖ Author: Senthi ❖ © N. Senthil Kumar ❖ Language: Tamil ❖ First (Short) Edition: December 2022 ❖ Size: Demy 1 x 8 ❖ Paper: 18.6 kg maplitho ❖ Pages: 64

Published by Kalachuvadu Publications Pvt. Ltd., 669, K.P. Road, Nagercoil 629001, India ❖ Phone: 91-4652-278525❖ e-mail: publications @kalachuvadu.com ❖ Printed at Clicto Print, Jaleel Towers,42 KB Dasan Road, Teynampet Chennai 600018

ISBN: 978-81-960589-4-4

12/2022/S.No.1174, kcp 4191, 18.6 (1) rss

செல்வமதிக்கு

நன்றி

காலச்சுவடு

உயிரெழுத்து

பொருளடக்கம்

முன்னுரை: நினைவுகளின் கோடை 11

என்னுரை: பித்தேறித் திரிதல் 15

1. தேவதை என்றொரு பெயரினைக் கொண்டவள் 17
2. கைக்குட்டையைத் துணையாகக் கொண்டவன் 18
3. காணாமல் போகிறவர்கள் பற்றிய சிறுகுறிப்பு 19
4. அங்கு இருந்தவள் 20
5. சினேகிதியின் தோழியின் மீதான காதல் 21
6. புலர்க்காட்சி 22
7. முதல் காதலியின் கணவன் 23
8. பேய் பிடித்தல் என்பது 24
9. மாயக்கண்கள் உலவும் தேசத்தில் இருப்பது எந்த தேவதையோ 25
10. டாஸ்மாக் அருகில் ஒரு பெட்டிக்கடை 26
11. முதலில் புணர்ந்தவளைச் சந்தித்தல் 28
12. கணக்குத் தெரியாத ஒருவனின் கவிதை 30
13. கோடையில் வசிப்பவன் 31
14. என்றேனும் விடுதியில் தங்கும் ஒருவன் 32
15. சுகித்தல் 34
16. கோடைகால ஒருத்திக்கு 35
17. அப்பாவும் சந்திரிகா சோப்பும் 36

18.	வத்சலா எங்கிருக்கிறாய்?	38
19.	ஊற்று	39
20.	இரவுகளைப் புணர்பவன்	40
21.	மழை பெய்து ஓய்ந்த கோடை இரவு	41
22.	மேய்ப்பனொருவனும் மந்தையொன்றும்	42
23.	மனநோயர் கூடத்தில் சென்று திரும்புதல்	44
24.	அழைப்பு	45
25.	சுய கவிதை	46
26.	காட்சி	47
27.	தூது	48
28.	ஆயிரத்து மூன்று ரகசியங்கள் சொல்லும் கோடை	49
29.	மழை இரவு	50
30.	பிரிவுக் காலம்	51
31.	தரிசனம்	52
32.	வெளி	53
33.	ஞாயிறு பிரதேசம்	54
34.	அதற்கு முகநூல் என்று பெயர்	55
35.	சமீபத்தில் வந்தவள்	56
36.	களவு ஒழுக்கம் அல்லது சமகாலத்து நம் காதல்	58
37.	மணம்	59
38.	பித்து	60
39.	சுட்டுதல்	61
40.	காலத்தில் அலைபவன்	62
41.	பட்டாம்பூச்சிகள் பறக்கும் பொத்தையப்ப ஊருணி	63

முன்னுரை

நினைவுகளின் கோடை

"பொருளைப் பற்றிய கருத்துருவங்கள் அல்ல; பொருள் மட்டுமே" என்ற நீண்ட கவிதைத் தலைப்புக்காகவும் நினைக்கப்படுபவரான அமெரிக்க கவிஞர் வாலஸ் ஸ்டீவன்ஸ், பருவகாலங்கள் குறித்துத் தீவிரமான அவதானிப்புகள் உடையவர். அவரைப் பற்றிய நுட்பமான கட்டுரையில் நம்பி கிருஷ்ணன், நாற்பதுகளில் இருக்கும் ஒருவன் தன் காம வாழ்வை வருத்தத்துடன் திரும்பிப் பார்த்து,

கோடுகளும் சுருக்கங்களுமாய்
சீமைப் பூசணி மருக்களாய் தொங்குகிறோம்
உறைபனி பூசும் இலையுதிர் காலத்தின் வருகைக்கு

என்று எதிர்வினை ஆற்றுவதாக வாலஸ் ஸ்டீவன்ஸ் கவிதை அமைவதை விளக்குகிறார். ஆனால் கோடையே பெரும்பருவமாக அமையப்பெற்ற திணைப் பரப்பைச் சேர்ந்த ஒரு தமிழ்க் கவிஞர், அதற்கு எவ்வாறு எதிர்வினை ஆற்றுவார்? கவிஞர் செந்தி 'வத்சலா எங்கிருக்கிறாய்?' கவிதைத் தொகுதியில் நினைவுகளின் பருவமாகக் கோடையை எதிர்கொள்கிறார் என்று சொல்லத் தோன்றுகிறது.

தமிழ்க் கவிதை வாசகர்கள் மனத்தில் உறைந்திருக்கும் நீள்கவிதையான சுகுமாரனின் 'கோடைகாலக் குறிப்புகள்', எப்போதும் நாம் வாழ்வது கோடை காலத்தில் என்பதை வெம்மையுடன் உறுதிசெய்கிறது. அக்கவிதையின் வெளியில் கதிர்க் கொள்ளிகள் உதிர்கின்றன. அகத்தின் கோடையோ செந்தியிடம் வேறு

வகையில் வெளிப்படுகிறது. பருத்தி வெடிக்கும் கோடை அவரிடம் ஆயிரத்து மூன்று ரகசியங்களைச் சொல்கிறது. மழை பெய்து ஓய்ந்த கோடை காம ஈரத்துடன் அவரது கவிதைமீது கவிகிறது.

'மழை பெய்து ஓய்ந்த கோடை இரவு' கவிதை இவ்வாறு நிறைவுறுகிறது:

முத்தங்கள் பரிமாறிக் கொண்ட அவ்வறை
இக்கோடை இரவில் என்ன
செய்துகொண்டிருக்கும்
அவ்வறையின் கண்ணாடிகள் அவளை
மொழிபெயர்த்துக் கொண்டிருக்கக்கூடுமோ
மழை பெய்து ஓய்ந்த இக்கோடையில்

இந்த இறுதிப் பகுதியே அதனளவில் முழுமையான கவிதையாக அமைந்துவிட்டிருக்கிறது. அப்பொழுது முன்வரிகளின் சிலிர்ப்புகள் மிகையாகிவிடுகின்றன. கவிஞரின் சுய தணிக்கை செயல்பட வேண்டிய தருணங்கள் அவை. "நம் ஸ்நேகம் பார்த்து மின்மினிகள் வெட்கம் கொள்ளட்டும்", "மன்மதனவன் வந்து பார்த்து வெட்கட்டும்" – போன்ற வரிகளும் அத்தகைய தணிக்கையைக் கோருபவையே.

இந்தத் தொகுப்பில் சில கவிதைகள் தொலைவில் வைக்கப்பட்டிருந்தாலும் வாசகர் மனத்தில் அருகருகே வந்து அமர்ந்துகொள்கின்றன. "அங்கு இருந்தவள்", "சமீபத்தில் வந்தவள்" ஆகிவிடுகிறாள். ஏதாவதொரு கடைக்காரருடன் அவள் என்னதான் பேசுகிறாள் என்று தெரியவில்லை. ஒருநாள் உங்கள் பேருந்து நிலையத்தில் நீங்கள் அவளைக் காணுகையில் உங்களுடன் அவள் சிரித்துப் பேசிவிடக்கூடும். எப்படியேனும் இன்று அவளிடம் பேசிவிடும் தீர்மானத்தில் சென்றேன். கடைக்காரப் பெண் சொன்னாள், அவள் காணாமல் போய் இரண்டு வாரங்கள் ஆகிறதென்று. இவ்வாறு செல்லும் கவிதை, சட்டென்று திரும்பி

இக்கோடை நண்பகலில் பேருந்து நிலைய
மையப் பகுதியில் நான்
இப்போது சாய்ந்து கிடக்கிறேன்
பெருங்கூட்ட மொன்று என்னை
மொய்க்கத் தொடங்கியது

என்று முடிவடைகிறது. கூட்டம் மொய்க்கும் பண்டமாய்க் கீழே கிடக்கிறது சுயம். காலம் உறைந்து நிற்க, இடத்திலிருந்து அகற்றப்படும் அனுபவத்தை எளிய சொற்களில் உணர்த்தி

விடுகிறார் செந்தி. வலிந்த முயற்சிகள் எதுவுமில்லாமல் கவிதை இயல்பாக உருக்கொள்கிறது.

'காட்சி' என்கிற கவிதையும் சாதாரண வரிகளில் ஊர்ந்து சென்று இறுதியில் வேறுபட்ட ஓர் அனுபவ தளத்தை அடைகிறது. வேப்ப மரத்தடிக் காட்சிகள் தட்டையாகவே அடுக்கப்படுகின்றன.

பிறகு,

நண்பகலொன்றில்
அதனடியில் உறங்கும் நோக்கில் சென்றேன்.
நாகமொன்று விருட்டெனக் கடந்தது
மழை பெய்து ஓய்ந்த ஈரத்தில் வேப்பம்பழங்கள்
உதிர்ந்து கிடக்கும் அதன் நிழலில் துண்டு
விரித்து சற்று தூங்கலானேன்
அப்போது
செம்போத்து ஒன்று அங்கு வந்து சேர்ந்தது

கடந்து செல்லும் நாகமும் தனித்து வரும் செம்போத்தும் கவிதையைக் காப்பாற்றிவிடுகின்றன. செம்போத்துகள் ஒருபோதும் கூட்டமாய்க் காணக் கிடைப்பதில்லை என்றும், இரை தேடும் எவ்விதப் பதற்றமும் அவற்றிடத்தில் இல்லை என்றும் முன் கவிதைத் தொகுப்பின் தலைப்புக் கவிதையில் கவிஞர் தெரிவிக்கிறார். அது உருவாக்கும் மனநிலையின் குறுக்கே,

'வங்காக் கடந்த செங்காற் பேடை' பற்றியும்

'பாம்பின் உரி நிமிர்ந்தன்ன உருப்பு அவிர் அமையம்'

பற்றியுமான குறுந்தொகையின் கவிதை வரிகள் வந்து செல்கின்றன.

ஆசைகளின் பிரேதங்களாகவே நாம் உலவிக் கொண்டிருப்பதையும் செந்தியின் கவிதைகள் வெவ்வேறு வகையில் சொல்லிப் பார்க்கின்றன. முதல் காதலியின் கணவனைச் சந்தித்த பின் நூற்றாண்டுச் சுமையுடன் தான் வீடு திரும்ப வேண்டியிருக்கிறது. ஆயுளுக்குள் வத்சலாவைக் கண்டடையும் ஆசையே, வாழ்க்கை என்று சொல்லப்படுவதைச் செலுத்திக்கொண்டிருக்கிறது. சலிப்பற்ற சுயமோகம் உள்ளிட்ட பல்வேறு மோகங்களையும் மனத்தடை இல்லாமல் எழுதிப்பார்க்கிறார் செந்தி. மனத்தளவில் நிகழ்த்திக்கொண்டு, புறத்தே புலப்படுத்தத் தயங்குகிற மோக வெளிப்பாடுகளை இயல்பாகக் கவிதையில் இயல்பாக இயங்கச் செய்கிறார். அதே சமயம் நினைவினால் கட்டப்படும் எளிய காட்சிகளின்

அடுக்கிற்குப் பின் வைக்கப்படும் ஒரு திருகல் வரி, கவிதையை மேலெழச்செய்துவிடும் என்றும் நம்புகிறார். அது எப்பொழுதும் பலிதமாகும் என்று சொல்வதற்கில்லை. இன்றைய கவிதையின் மற்ற வரிகள் இறுதி வரியை நோக்கிப் பயணிப்பதை நிறுத்திவிட்டன என்று தோன்றுகிறது.

மதுரை   ந. ஜயபாஸ்கரன்
28 டிசம்பர் 2022

என்னுரை

பித்தேறித் திரிதல்

'புனைவு' தொடங்கிய பின் மனத்தடையற்ற நோக்கும் புரிதலும் கெட்டியும் முதிர்ச்சியும் பெற்று வேறோர் இடத்திற்கு வந்து சேர்ந்திருப்பதாக உணர்கிறேன். கடந்த பன்னிரண்டு ஆண்டுகள் என் வாழ்வில் பெரும் திருப்புமுனையே. நண்பர்களுடனான தொடர் உரையாடல்களும் வாசிப்பும் பெரும் திறப்பை எனக்கு வழங்கியுள்ளனவா நம்புகிறேன். வன்மமும் குரூரமும் நிறைந்த பொதுப்புத்தி நட்புகளின் விகாரங்கள் கண்டு சற்று அச்சமுற்றாலும் அதன் பின்னுள்ள உளவியல் என்னவென்று யோசிக்கத் தொடங்குகிறேன். கடும் உறவுச் சிக்கலைச் சந்தித்த காலமிது.

இந்தப் பின்காலனிய காலத்தில் அனைத்துப் பிரதேசங்களிலும் வாழ்கிறவர்கள் ஏதேனுமொரு மன அழுத்தத்திலோ மனச்சிதைவிலோ பதற்றமாகவே இருப்பதாக நான் அவதானிக்கிறேன். முந்தைய நூற்றாண்டுகளில் இப்படி இருந்ததற்கான சாத்தியக்கூறுகள் புலப்படவில்லை. நமது பெயரன், பெயர்த்திகள் இன்னும் கடுமையாக ஓடிக்கொண்டேயிருக்க வேண்டிய சூழல் வரப்போவது பேரச்சம் தரக்கூடியது. இதற்கிடையில்தான் தனிமனித உறவு, நட்பு, காதல், காமம், ஆன்மிகம் ஆகியவற்றைப் பெரும் துயரத்துடனும் களிப்புடனும் சமன் செய்ய வேண்டியுள்ளது.

கலை மனம் இதனூடாக ஓர் ஓரத்திலிருந்து ஊக்கம் தருகிறது. சதா கவிதா மனநிலையில்

உழல்வதும் பித்தேறித் திரிவதும் கவிஞனுக்குக் குதூகலமானதாகவும் கொண்டாட்டமானதாகவும் இருக்கிறது. அறிவைத் துறத்தல் என்பதே கலை மனம். பைத்தியமாதல் என்றுகூடச் சொல்லிக்கொள்ளலாம். பிரக்ஞையைத் தூக்கி எறிந்து தன் போக்கில் திரிதலே அது. கணத்தில் கவிதை தன்னையே எழுதிக்கொள்கிறது. தன்னிலை நோக்கே ஒரு பிரதிக்கு இலக்கிய அந்தஸ்தைத் தரவல்லதென தீர்க்கம் கொள்கிறேன்.

அன்றாடத்தை எழுதக் கவிஞன் தேவையில்லை; செய்தியாளர் போதும். நாளும் அனைத்திற்கும் வினையாற்றிக் கொண்டிருப்பது கவிஞனது தொழிலல்ல. எழுத்து உடனடிப் பயன் விளைவிக்க அதுவொன்றும் 'டோலாப்பர்' அல்ல.

பின், கவிதை என்பது என்ன? கவிதை கவிதையாக இருக்க வேண்டுவதே அது. மொழியே அவற்றிற்குப் பிரதானமானது என்று நான் நம்புகிறேன். அவ்வாறே எல்லாவற்றையும் மனத்தடை கடந்து பேசிப்பார்க்க வேண்டும். பேசித்தான் ஆக வேண்டும் என்பது ஆணையல்ல. அதுவொரு மனவெழுச்சி. என்னதான் மாய்ந்து மாய்ந்து எழுதினாலும் நனவிலியின் ஊற்றைக் கண்டடைவது அவ்வளவு சுலபமானதல்லவே. அதுவொரு கண்கட்டு வித்தை. கவிதையைப் பேசித் தீர்க்க முடியுமா என்ன?

மொழியும் அழகியலும் நவீன மனமும் நவீன கவிதைகளின் கூறுகளாகும். இவ்வாறான கவிதைகள் தன்னிலையின் மேன்மையையும் கீழ்மையையும் பிறழ்வையும் நோய்மையையும் அன்பையும் பேசிச் செல்லக் கூடும். நவீன கவிதைகளைச் சுட்டும் அளவுகோல் அவரவர் இருப்பிற்கேற்ப முன்பின் இருக்கலாம். என்னளவில் மொழியே அதன் உச்சம் என்பேன்.

இத்தொகுப்பை நேர்த்தியாகக் கொண்டு வரும் காலச்சுவடு பதிப்பகத்தாருக்கு நன்றியும் அன்பும். சுகுமாரன், அரவிந்தன், ந. ஜயபாஸ்கரன் ஆகியோருக்கும் என் ஸ்நேகம்.

திருமங்கலம் **செந்தி**

14 டிசம்பர் 2022

தேவதை என்றொரு பெயரினைக் கொண்டவள்

ஒரு நாள் எப்படி இவ்வளவு அழகாகிறது
ஒரு குழந்தையைப்போல சிரிக்கிறாய்
ஒரு குழந்தையைப்போல அதிசயிக்கிறாய்
அவ்வாறே கண் சிமிட்டுவாய்
இத்தனை காலம் எங்கிருந்தாய்
மலையை
நதியை
பூவினை
மேலும் கடலினை மற்றும் நிலவை அவ்வளவு
கொண்டாடுகிறாய்
நீயே மலையாக
நீயே நதியாக
அவ்வாறே பூவாக மற்றும் கடலாக மேலும் நிலவாக
இவ்விரவை எப்படி எதிர்கொள்வது
நீ சென்ற திசை பார்த்து மௌனமாகிறேன்
எப்படி மற்றொருமுறை கண்டடைவேன்.

கைக்குட்டையைத் துணையாகக் கொண்டவன்

சதா
தனிமையில் இருப்பவனாக இருக்கும்
அவன் பயணத்தின் போதெல்லாம்
கைக்குட்டையே துணையாகவிருக்கிறது.
உடன் ஒருவர்
துணைக்கிருப்பது போலவும்,
கைகளை இறுகப் பற்றிக்கொள்பவனாகவும்
அந்த கைக்குட்டையேயிருக்கிறது.
அலுவலகம் செல்லும் பதற்றமான
அந்தக் காலைகளிளெல்லாம் அது
அவனை ஆற்றுப்படுத்துகிறது.
பேருந்தின்
இருக்கைப் பிடிகளுக்குப் பதில் அவன்
அதனையே இறுகப் பற்றிக்கொள்கிறான்.
துயரம் நிறைந்த அவனது
பொழுதுகளில் முகம் துடைத்து மீள்கிறான்.
எப்போதும் அவனது கைகளை
இறுகப்பற்றிக் கொள்வதாகவும் அதுவிருக்கிறது.
ஒரு புதிய கைக்குட்டையின்
வாசம் அன்றைய அவனது
நாளையே அழகாக்கி விடுகிறது.
மேலும்
மனதைக் கிளர்த்தி பரவசம் தருகிறது.
கைக்குட்டை கைக்குட்டையாக மட்டுமிருப்பதில்லை.
கைக்குட்டையின்றி பயணிப்பவன்
சபிக்கப்பட்டவனே.

காணாமல் போகிறவர்கள் பற்றிய சிறுகுறிப்பு

காணாமல் போகிறவர்கள்
எங்கு போகிறார்கள்
காணாமல் போனவர்கள்
என்றேனும் திரும்பி வந்துவிடுகிறார்களா என்ன
ஐந்தடி ஐந்து அங்குலம்; மாநிறம்
காணாமல் போன அன்று
நீலநிறப்புடவையிலிருந்தாளென்றும்;
சற்று மனநலம் குன்றியவர் என்றும்
பேருந்து நிலையச் சுவரில்
புகைப்படத்துடன் ஒட்டப்பட்டுள்ள அறிவிப்பை
யார் கவனிக்கிறார்கள் என்று தெரியவில்லை
மேலும்
காணாமல் போன அன்று அணிந்திருந்த
அதே ஆடையில்தான் அவர்கள்
இருப்பார்கள் என்பது என்ன நிச்சயம்
காணாமல் போகிறவர்களை அடையாளம்
கண்டு தகவல் தருபவர்கள் இருக்கத்தான்
செய்கிறார்களா
காணாமல் போன யாரையேனும்
நீங்கள் கண்டுபிடித்து தந்துள்ளீர்களா
நான் தொலைந்து போகிற
நாளன்று எந்நிற சட்டை அணிந்திருந்ததாக
அறிவிப்பார்களென நினைத்தபடியிருக்கிறேன்
வாய்ப்பு கிடைத்தால்
நீங்களும் ஒருமுறை
காணாமல் போய்ப்பார்த்தாலென்ன
ஆமென்.

அங்கு இருந்தவள்

எப்போதும் அங்குதான் இருப்பாள்
பேருந்து நிலைய மேற்கு நுழைவாயில்
நடைமேடையில் உலவியபடியிருக்கிறாள்
மெலிந்த தேகமுடைய அவள்
தலைநிறைய கனகாம்பரம் சூடி
பரபரப்புடன் அங்குமிங்குமாக அலைந்தபடியிருப்பாள்
அவ்வளவு பிரகாசம் முகத்தில் தெரிய
யாருடனாவது சிரித்து பேசியபடியிருக்கிறாள்
சமயத்தில்
மாநகராட்சி கடைபெருக்கி நின்றபடியிருக்கிறாள்
அவள்
அயர்ந்து உட்கார்ந்திருப்பதை பார்க்கவே முடிவதேயில்லை
மிதமான போதை இரவில்
அவளைக் கடக்கும் போது உடைமாற்றியபடியிருந்தாள்
என்றேனும்
ஐந்து நிமிடமாவது அவளிடம் பேசிவிடவேண்டும்
அலுவலகம் செல்லும் போதெல்லாம்
எப்படியும் எதிர்ப்பட்டுவிடுகிறாள்
அவள் இருக்குமிடத்தில் எப்போதும்
பரவசம் கூடியிருக்கிறது
சமீபமாக
அவளைக்காணவில்லை; எனக்குப்
பித்துப் பிடித்துவிடும் போலிருக்கிறது
ஒரு நாள்
உங்கள் பேருந்து நிலையத்தில்
நீங்கள் அவளைக் காணுகையில்
உங்களுடனும் அவள் சிரித்துப் பேசக்கூடும்.

செந்தி

சினேகிதியின் தோழியின் மீதான காதல்

எக்கணத்தில் அது நிகழ்ந்ததெனத் தெரியவில்லை
சினேகிதியைச் சந்திக்க வரும்போதெல்லாம்
உடனிருந்து உபசரிப்பாள்
மீசை மழிக்கப்பட்ட முகம்
அவளை வசீகரித்திருப்பதாக அவளொருமுறை
சொல்லக் கேட்டிருக்கிறேன்
அப்போதிருந்து அவளுடன் பேசுவதை
நானும் என்னுடன் பேசுவதை அவளும்
விரும்புவதை அறியத் தொடங்குகிறோம்
எனக்கும்
அவளின் தோழியான என் சினேகிதிக்குமான
நட்பை அவள் அறியாதவளல்ல
அவ்வாறே அவர்களிருவரையும் அறிந்தவனாகவே
நானிருக்கிறேன்
இருப்பினும்
அவளுடன் நான் பேசுவதும் என்னுடன்
அவள் பேசுவதும் குதூகலமானதாகவே இருக்கிறது
நான் என்ன பேசினாலும்
சிரித்து சிரித்து ஆமோதிப்பவளாகவே அவளிருக்கிறாள்
ரகசிய உரையாடல்களுக்கும் பஞ்சமில்லை
எப்படியென்னால் அவ்வளவு சீராக
சினேகிக்க இயல்கிறதெனத் தெரியவில்லை
இருப்பினும்
எங்கிருந்தோ பெரும்பாறை ஒன்று உருண்டு வருகிறது.

புலர்க்காட்சி

கோடைமழை பெய்த இவ்வதி காலையில்
தூரத்தில் சன்னமான பாங்கொலி கேட்கிறது
சமாதானம் இருக்கிறது.
அதனைத் தொடர்ந்து செல்வாயாக
தேவாலயமணிக்கூண்டிலிருந்து யுவதியின் குரல் இந்நகரை
நிரப்புகிறது.

ஒற்றைப்பனையை சற்று அசைத்து தன்
பயணம் தொடங்க ஆயத்தமாகிறது காக்கையொன்று.
பேரமைதியைத் தன்னுள் கொண்டிருக்கும்
இச்சிறு நகரில் அவ்ஆலமரத்தின் பறவைகள் கிரீச்சிடத்
தொடங்குகின்றன.

தன் அலுப்பு தீர நான்குவழிச்சாலையில்
சென்றுகொண்டிருக்கிற லாரியின் சப்தம் தனியாகக்
கேட்கிறது.

புதுமணப்பெண்ணொருத்தி இவ்வதி காலை கலவி முடித்து
வெந்நீர் வைத்துக் கொண்டிருக்கிறாள்.
நட்சத்திரங்கள் காணாமல் போய்க்கொண்டிருக்கின்றன.
அங்கொன்றும் இங்கொன்றுமாக
வீடுகளில் விளக்கு எரியத் தொடங்குகிறது.
பணிமுடித்து கூர்க்கா சைக்கிளில் வீடு திரும்பிக்
கொண்டிருக்கிறான்.

நடுத்தர வயதொத்தயொருத்தி
வாசல் தெளிக்கும் சப்தம் தெளிவாகக் கேட்கிறது.
மீண்டும் பாங்கொலி கேட்கிறது.
கிழக்கே பிறை முளைக்கத் தொடங்கிவிட்டது.
மைதுனம் முடித்து குளித்த கையுடன் பேருந்து நிலைய தேநீர்க்
கடை நோக்கி செல்கிறானவன்.
அவனுக்கு முன்பே சிலர் புகைத்துக் கொண்டிருக்கிறார்கள்.
கடைசிப்பேருந்தினை தவறவிட்டவர்கள்
அழுக்குடன் தங்கள் கிராமத்து முதல் பேருந்தில்
ஏறத்துவங்கிவிட்டனர்.
செங்குளத்து மீன்காரி அலுமினியப் பாத்திரத்தை இடுப்பில்
வைத்தபடி இந்நகரைத் தட்டி எழுப்புகிறாள்.

முதல் காதலியின் கணவன்

சமீபமாக
முதல் காதலியின் கணவனை சந்திக்க நேர்கிறது

இருவரும் ஒருசேர கைகுலுக்கிக் கொள்கிறோம்
மேலும் பரஸ்பரம் குசலம் விசாரித்துக் கொள்கிறோம்

மஞ்சள் பையில் வைத்திருந்த இலட்சத்தை
கைமாற்றுகிறேன் சில விநாடிகளில்

மற்றொரு பையில்
மதுரா பேக்கரி பதார்த்தங்களை பாப்பாவிற்கென்றும்
அன்னபூர்ணா பிரியாணியை 'அவங்களுக்கென்றும்'
திணித்து விடுகிறேன்

இவற்றை எதிர்பாராத அந்தக் கைகள்
சற்று பதற்றத்துடனேயே பெற்றுக்கொள்கின்றன

பாண்டியன் ஹோட்டலில் தேநீர்
வாங்கிக்கொடுத்து வழியனுப்புகிறேன்

48P பேருந்து படிக்கட்டில் ஏறி
கையசைத்தபடியே விடைபெறுகிறார்
முதல் காதலியின் கணவன்

நூற்றாண்டுச் சுமையுடன் வீடு திரும்புகிறேன்

பேய் பிடித்தல் என்பது

சமீபத்தில்
அவனுக்குப் பேய் பிடித்திருப்பதாகப்
பேசிக் கொள்கிறார்கள்
அவனும்
அவ்வாறே பிதற்றியபடியே திரிகிறான்
போல்நாயக்கன்பட்டி நாயக்கரிடம்
குறிகேட்கப் போகிறார்கள்
முத்துப் போட்டுப் பார்த்த நாயக்கரோ
கன்னியொருத்தி இடைமறிப்பதாகவும்
விலக்கி விடவேண்டுமெனவும் சொல்கிறார்.
பின் ஜாமத்தில் விரட்டுகையில்
அவனைப் பிடித்த பத்து பேய்களும்
கோடாங்கியை உடைத்தெறிந்தன.
நொண்டிக்கருப்பசாமி
காலடி விபூதியை
தலைக்கு வைத்து
தூங்க முயற்சிக்கிறானவன்
அகாலத்தில் பேய்போல் சுற்றித் திரிபவனை
எப்படி பேய்கள் பிடித்ததென தெரியவில்லை
அவனைக் காண வரும் உறவுப் பெண்கள்
முன் நிர்வாணமாக நின்று பதற்றமேற்றுகிறான்
மடியில் கிடத்தி தாத்தா சொன்ன
பேய்க்கதைகளெல்லாம் வந்து போகின்றன
பேயென்பது பேய் மட்டுமல்லவென்றும்
அவனுக்குத் தோன்றுகிறது
மாசி முதல் நாள் நண்பகலொன்றில்
மனைவியின் சேலையில் தொங்கிப்போனவனே
பேயாகிப் போனான்
என்றார் கூட்டத்தில் ஒருவர்.

செந்தி

மாயக்கண்கள் உலவும் தேசத்தில் இருப்பது எந்த தேவதையோ

இதுபோன்றதொரு மழையிரவில்
தவளைகள் பேசிக்கொண்டிருக்க
அவன்
மாயக்கண்கள் உலவும் தேசத்தில் இருக்கும்
தேவதையைத் தேடத் தொடங்கியிருந்தான்.
அடர்வனத்தின் மஞ்சள் நிறப் பூவை
அவள் சூடியிருப்பதாக கண்டடைய
ஆர்வம் கொண்டான்.
அத்தி மர நிழலில் அவள் அயர்ந்து சாய்ந்திருக்க
வாய்ப்பிருப்பதாக கருதிக்கொண்டானவன்.
அவளுக்கு
எண் திசைகளிலும் வெள்ளை நிற றெக்கைகள் இருப்பதற்கான
சாத்தியங்கள்
அதிகம் இருப்பதாகத் தென்பட்டது.
அவளது உதடுகள் நீல நிறத்தில்
இருக்குமென்பது அவனது நம்பிக்கை.
பெயர் தெரியாத பறக்கும் விலங்கினை
அவள் தோழியாகக் கொண்டிருக்க வேண்டுமென்பது
அவனது அவா.
தேவதை என்பவள் இவள் மட்டுமே யென்று
யோசனை கொண்டான்.

அவ்வாறே அவனது தேவதையைக் கண்டடைய
                                    தவிக்கலானான்.
அவளது தேகம் பூவரசம் பூவின் நறுமணம்
கொண்டதாக உருகத் தொடங்கினான்.
நட்சத்திரம் போன்றதொரு மலரை அவள் சூடுவதாக
                                    தன்னுள் பேசிக்கொண்டான்.
அப்பிரதேசத்தில்
ஒளிரும் காற்றில் அவள் மிதக்கலாம்
அவளது நகங்கள் அவளை வரையும் கூர்மை கொண்டதாக
                                    இருக்கலாம்
இடையென்பதே அவளுக்கு இல்லாமல் இருக்கலாம்
அவளது பற்கள் எந்தப் பூவையும் போல் இல்லாது
இருக்கலாம்
அவ்வாறே கண்டடைய முற்பட்டான்.
அவன்
மாயக்கண்கள் உலவும் தேசத்தில் இருப்பது எந்த
தேவதையோ.

வத்சலா எங்கிருக்கிறாய்

டாஸ்மாக் அருகில் ஒரு பெட்டிக்கடை

அந்நகரின் பிரதான வீதியில் உள்ள டாஸ்மாக்
அருகில் ஓர் பெட்டிக்கடை இருக்கிறது.
எப்போதும் பரபரப்பாகவே இருக்கிறது அது.
நாளிதழ்களும் மாலை இதழ்களும்
முறுக்கு டப்பாக்கள் முன் அழகாக
சொருகி வைக்கப்பட்டுள்ளன.
அக்கடையின் மேல்பகுதியில் இளம்
நடிகைகளின் நீச்சலுடையிலான படங்கள்
தாங்கிய வார இதழ்கள் தொங்கிக்
கொண்டிருக்கும்.
அழுக்கடைந்த லுங்கி கட்டிய ஒருவர் ஒரு
குவளையும் பத்து ரூபாய் மூங்தால்
மூன்றையும் தண்ணீர் பாக்கெட் ஒன்றையும்
அவசரமாக வாங்கிச் செல்கிறான்.
விறுவிறுவென வந்த ஒருவன் கப் ஒன்றையும்
ஒரேயொரு ஊறுகாய் பாக்கெட்டையும்
வாங்கிய கையோடு நடக்கலானான்.
மற்றொருவன்
ஒரு மலை வாழைப்பழத்தையும் சையது
பீடிக்கட்டொன்றையும் வாங்கிக் கொண்டு
டாஸ்மாக் பின்னிருக்கும் ரயிலடி கருவேல
புதருக்குள் மறைகிறான்.

இந்த நேரத்தில் இரண்டு திருநங்கையர்கள்
கைதட்டியபடி அக்கடையினை நோக்கி வருகின்றனர்.
பாக்ஸ் கட்டிங்குடன் பைக்கில் வந்திறங்கிய
வாலிபர்கள் இருவர் பிஸ்லரி வாட்டர்
ஒன்றையும் இரண்டு கப்புகளையும் முறுக்குப்
பாக்கெட் ஒன்றையும் வாங்கி பறக்கின்றனர்.
நடுத்தர வயது ஒத்த ஒருவர் கிங்ஸ் லைட்
ஒரு பாக்கெட் கேட்கிறார்.
அதே நேரத்தில் மென்த்தால் ஒரு பாக்கெட்
கொடுக்கும்படி கையொன்று நீளுகிறது.
கட்டிடப்பணி முடித்து சிமெண்ட் அப்பிய
கையுடன் வந்த ஒருவன் குவாட்டரை
இடுப்பில் சொருகியபடி நடக்க ஆரம்பித்தான்.
இருள் குவியும் நேரத்தில் மிகவும் சூடு பிடிக்கிறது.
வெள்ளை முண்டா பனியனுடன்
சர்க்கஸ்காரனைப்போல எல்லோரையும்
சமாளித்து அனுப்புகிறான்
அந்தப் பெட்டிக்கடைக்காரன்.
எலைட் பாரில் குடித்து விட்டு
நல்ல போதையில்
வந்த நானும்
நான்கு வில்ஸ் வாங்கி
தொடர்ந்து பற்ற வைத்துக்கொண்டிருந்தேன்.

வத்சலா எங்கிருக்கிறாய்

முதலில் புணர்ந்தவளைச் சந்தித்தல்

பெருநகரத்து நெருக்கடி மிகுந்த வீதியொன்றில்
உச்சிப் பொழுதில் முப்பத்தைந்து ஆண்டுகள் கழித்து
முதலில் புணர்ந்தவளைச் சந்திக்க நேர்ந்தது.
ஒரே பதற்றம்.
பேச்சை எப்படித் தொடங்குவதென முழித்தோம்.
அவளின் பையன்கள் என் உயரம் வளர்ந்திருந்திருந்தனர்.
எப்படி இருக்கீங்க என்றாள்
அவள்தான் முதலில் ஆரம்பித்து வைத்தாள்.
இவ்வளவு பெரிய ஆளாகிட்டார்களா
என்று சம்மந்தமில்லாமல் கேட்டேன்.
என்ன பர்சேஸ்ஸா என்றிழுத்தேன்.
ஒருவன் அங்கிளென்று என்னை விளித்தான்.
ஒருவன் அண்ணன் என்றான்.
எனக்கு அங்கங்கே வலிக்க ஆரம்பித்தது.
நெளிந்து கொண்டிருந்தேன்.
சகஜமாக
என்னால் நிற்க இயலவில்லை.
என்ன இப்படி ஆகிட்டீங்க என்றவள்
எத்தனை பசங்க என்றாள்.
அவளது கண்களை என்னால் நேராகப் பார்க்க இயலவில்லை.
இருப்பினும் அதே சிரிப்புடன்
தங்கை பற்றி கேட்டறிந்தாள்.
அவ்வளவு ஞாபகமா என்றேன்.
ஆயுள் முழுக்க எதையும் மறக்க முடியாது என்றாள்.
எனக்கு மேலும் வலித்தது.
முதல் மரியாதை ராதாபோல் இருந்த அவளது கண்களின்

கீழ் இப்போது இரு கருவளையங்கள் தெரிந்தன.
எனக்கு மேலும் வலித்தது.
பேச்சற்று நின்றிருந்தவனிடம் தனது எண்களை சொல்லத்
தொடங்கினாள்.
குழப்பம் கூடிய என் விரல்கள் அவ்வெண்களைப் பதியத்
தொடங்கின.
ஆளுக்கொரு ஜிகர்தண்டா குடித்து விட்டு
நகரத் தொடங்கினோம்.
தெருவின் வளைவை நெருங்குகையில்
திரும்பி என் திசை பார்த்தாள்
அவளின் திசையைப் பார்த்தபடி திக்கற்று நின்ற என் முன்
ஒரு பைக் நின்றது.
படிச்சவங்களா இருக்கீங்க
இப்படி நடுரோட்டில் என்ன சிந்தனையென்று கடிந்துவிட்டு
போனானொருவன்.

கணக்குத் தெரியாத ஒருவனின் கவிதை

கணக்குத் தெரியாத அவனிடம் ஆளுக்கொரு கணக்கை
கேட்கத் தொடங்குகிறார்கள்.
உனக்கு கூட்டல் தெரியுமா என்கிறான் ஒருவன்.
அவனுக்குப் பெருக்கலே தெரியாது
நீ வேண்டுமென்றால் கழித்தல் கணக்குப் போடு
என்கிறான் இன்னொருவன்.
அவனுக்கு வகுத்தலும் வரவில்லை என்று தெரிந்தும்
விகிதமுறு எண்கள் தெரியுமா என்று அருகிலிருப்பவன் கேட்டு
வைக்கிறான்.
இதெல்லாம் என்னிடம் ஏன் கேட்கிறீர்கள் என்றவனிடம்
நீயேன் ஒரு முட்டாள் போல் எல்லோர் முன் கைகட்டி
நிற்கிறாய் உனக்கு கணக்கு வரும் என்பதை நான் அறிவேன்
தைர்யமாகச் சொல்லென்று அவனது ஸ்நேகிதி அவள்
பங்கிற்கு ஒன்றைச் சொல்லி வைக்கிறாள்.
இப்படிப் போகிற வருபவர்கள் எல்லாம் கணக்குப்
போட்டால் நான்
என்செய்வேனென்று தலையைப் பிய்க்கத் தொடங்கினான்.
எதிரில் வந்த பெரும் கூட்டமொன்று
அவன்மேல் எண்ணற்ற கணக்குகளை
இறக்கி வைத்தது.
எப்படியும் தப்பிப் பிழைக்க வேண்டும் என்கிற ஆசை
கொண்டவனுக்கு
கணக்கு செய்து பார்க்க வேண்டுமென்கிற எண்ணம்
ஏதுமில்லை.
குழப்பவாதியான அவனுக்கு இக்கணக்குகள் மேலும்
சிக்கலாகின.
ஏன் இப்படி ஆளாளுக்கு ஒரு கணக்குடன் தன்னைத்
துரத்துகிறார்கள் என்கிற ஆழ்ந்த யோசனையில் வீடு
வந்தவனுக்கு
கடவுள்தான் ஒரு கணக்கு வைத்திருக்கிறான் சரி.
இவர்களது கணக்கையாவது நேர்செய்வோம் என்றவனுக்கு
திடீரென எண்கள் முழுவதும் மறந்துபோயின.
பூச்சியம்போல் ஏதோவொன்று சற்று மங்கலாக அவனுக்குத்
தெரியத் தொடங்கியது.

கோடையில் வசிப்பவன்

இந்தக் கோடையில்
பருத்தி வெடித்துச் சிரிக்கிறது.
தூரத்தில் செம்மறி ஆடுகள் மேய்ச்சலுக்குப்
புறப்படுகின்றன.
கருவேல முட்களுக்கிடையில் பதுங்கியிருக்கும்
செம்போத்து சன்னமாகக் குரலெழுப்புகிறது.
புளியமரத்தில் பழங்கள் கொத்தாகத் தொங்குகின்றன.
மந்தையில் இரட்டை ஜடை சிறுமிகள் பாண்டியாடுகின்றனர்.
கரையோரம்
மரங்கள் இலைகளை உதிர்க்கத் தொடங்கியிருக்கின்றன.
இந்தக் கோடையில்
உதடு கடித்து முத்தமொன்றைத் தந்து விட்டுச் செல்கிறாள்
அவள்.
பன்னீர் பூக்கள் உதிர்ந்து கிடக்கும் மரத்தடியில்
மைனாக்கள் தத்தித் தத்திச் செல்கின்றன.
வயலோரத்தில் எலிப் பொந்துகளைத் தோண்டுகிறார்கள்
விடுமுறைச் சிறுவர்கள்.
பேருந்து ஜன்னலோரம் வெள்ளரியுடன்
பரபரப்புடன் எட்டு வைக்கிறாள் அவள்.
உச்சிக்கிளையின் நடுவேயிருக்கும்
தேன் கூட்டை ஊடுருவிச் செல்கிறது வெய்யில்.
நீண்டு கிடக்கும் இந்தக் கோடையில்
ஐந்து குவளை 'கள்' குடித்து மயங்குகிறேன்.
மேலும்
நெடுஞ்சாலையில் கிழிந்த ஆடையில்
சென்று கொண்டிருப்பவளைப் பின் தொடர்கிறது என் நிழல்.

வத்சலா எங்கிருக்கிறாய்

என்றேனும் விடுதியில் தங்கும் ஒருவன்

அரிதாகவே விடுதியில் தங்குவானவன்.
இரண்டு நாள்கள் பயணத்திற்கு
அயல் செல்வதுபோல் அவ்வளவு முன் தயாரிப்புடன்
ஆடைகளைத் தேர்வு செய்வதில் கவனம் கொள்வான்.
கைக்குட்டைகளிலிருந்து நவரத்னா ஆயில்வரை
எல்லாவற்றையும் எடுத்து வைத்துக் கொள்வான்.
மறக்காமல் அந்தப் பார்க் அவென்யூ
பெர்ஃப்யூம்மை பத்திரப் படுத்திக் கொள்வான்.
குறித்த நேரத்தில் ரயிலைப் பிடிக்க எண்ணம் கொள்வான்.
பற்றாக்குறையாக
பைகளில் ஆடைகள் வைப்பதற்கும் சில மாத்திரைகள்
வைப்பதற்கும் துணைவியை அழைத்துக் கொள்வான்.
சிரத்தையுடன் உள்ளாடைகள் தேர்வு செய்து
வைத்துக் கொள்வான்.
இருப்பினும்
குளியல் சோப் கொண்டு செல்வதில் குழப்பம் பெறுவான்.
ஏடிஎம் கார்டு அடையாள அட்டைகளை விட சீப்பினை
பத்திரப்படுத்திக் கொள்வான்.
திட்டமிட்டபடி குளியலறைக்குச் செல்பவன்

ஒரு மணி நேரத்தை வீணாக்கியது போதாதென்று
கழிவறைக்குத் திரும்பத் திரும்பச் சென்று அலுப்பான்.
பரபரப்பாகவே
ஆட்டோவில் ரயிலடிக்குச் செல்பவனுக்கு
எப்போதும் S வரிசை ஜன்னலோர சீட் காத்திருக்கும்.
தனது ஸ்நேகிதியுடன் பேசியதில் உள்பெட்டி நிரம்பவும்
சேருமிடத்தில் ரயில் நிற்கவும் சரியாக இருக்கும்.
சற்றும் அயராமல் விழித்துக்கிடப்பான்.
சில வேளைகளில்

ஐந்து நட்சத்திர விடுதி வாய்க்கும் அவனுக்கு.
நாளையே உலகம் அழிவதுபோல்
நண்பர்களுடன் விடியவிடிய குடிப்பான்.
சில வேளைகளில்
காமம் கொண்டதாக மாறிவிடும் அவனது அறை.
திரும்புகையில்
வீட்டில் கிளம்பும் போது கொள்ளும்
அதே கவனத்துடன்
அனைத்தையும் எடுத்து வைத்துக் கொள்ளுமவன்
ஏதாவது ஒன்றை தொலைத்துவிட்டு வீட்டில் வாங்கிக் கட்டிக் கொள்வான்.
இம்முறை ரெட்மீ நோட் டென் ப்ரோமேக்ஸ்
சார்ஜரை
அவனது அறையிலேயே வைத்துவிட்டு திரும்பிக் கொண்டிருக்கிறான்.

சுகித்தல்

சமிக்ஞை கிட்டிய நண்பகலொன்றில்
அறையினுள் நுழைந்தவன்
உறையினுள்ளிருந்த வாளினை லாவகமாக
எடுத்துத் திளைத்தான்
பென்சில் முனைபோல கூர்மையானது குருவின் வாள்
புற்களை விலக்கி
இருசக்கரங்களை லயித்துச் சுழற்றிவிட்டான்
மேலும்
தேர்ந்த பிடில்வாசிப்புக்காரனைப் போல அமுதெடுத்தான்
கணத்தில் விலங்கினைப் போல உருவமெடுத்து
தன்மேட்டில் குருவினை ஏற்றினான்
சளைக்காமல் சாட்டையைச் சுழற்றிய
ஆசானின் வேகம் கண்டு ஆச்சர்யம் கொண்டவன்
மற்றுமொரு
ஓய்வுநாள் அழைப்பை விரும்பியவனாக
அழகிய பரிசொன்றைக் கையிலேந்தி
விடைபெற்றான்.

கோடைகால ஒருத்திக்கு

இக்கோடையில்
ஒரு துளி கூடவா உன் காட்டில் விழவில்லை.
ஒரு மலர் கூடவா உன் வனத்தில் பூக்கவில்லை.
மேலும்
ஒருமுறை கூடவா மஞ்சளாகவில்லை உன் முத்தம்.
எங்கிருக்கிறாள் உன் மழைப் பெண்.
எங்கிருக்கிறது உன் வனப்பறவை.
உனை அக் கிரேக்கச் சிலையென சுட்டுகையில் சற்று நாணம்
கொள்வாயே.
தேவதையின் மற்றொரு பெயரானவளே
விளிக்கும்போது புருவம் உயர்த்துவாயே.
அதிராத உன் நடையில் ஆயிரம் புன்னகைகள் நிழலாகுமே.
மெய்யாலுமே வினவுகிறேன்
எந்தப் புதரில் சுருண்டுகிடக்கிறாய் சர்ப்பமென நீ.
இந்த அக்னி என் நிழலைக் கருக்குமுன்
ஒருமுறையாவது வந்து செல்.
உன் முதல் துளியும்
உன் அடர்வனத்து மலரும்
வெய்யிலேறும் முத்தமும் எனக்கானது என்பதை அறிவேன்
                                        நான்...
மௌனம் போதும்
நின் சினத்தை குவளையில் நிரப்பி என் மீது விட்டெறி.
காடு பற்றிக்கொள்ளட்டும்.

அப்பாவும் சந்திரிகா சோப்பும்

நினைவு தெரிந்த நாளிலிருந்து
அப்பா சந்திரிகா சோப்பைத்தான் பயன்படுத்துகிறார்.

இடுப்பில் துண்டு கட்டி அப்பா
குளித்துவிட்டு வரும் போது சந்திரிகா வாசம் மயக்கும்.

விரிந்த மார்பில் அடர்ந்த
மயிர்களில் அப்பா சந்திரிகா சோப்புப் போட்டுக்
குளிப்பதே குதூகலமானதாயிருக்கும்.

எப்போதும்
தன் சுத்தத்தைப் பேணுவதில் தனியார்வம் கொண்டவர்
அப்பா.

தைத்திருநாளிலும் தீபாவளியன்றும்
அப்பாவின் குளியல் அலாதியானது.

இன்றும் மூக்குறிஞ்சும் சப்தத்தை வைத்து
அப்பாவின் நடமாட்டத்தைக் கணித்து விடுவேன்.

நகராட்சியருகே அமர்ந்திருக்கும் 'அமாவாசை'
தைத்துத்தரும் கெட்டியான தோல் செருப்பைத்தான்
அப்பா இன்றும் அணிவார்.

அப்பாவின் செருப்பு எப்போதும்
பாலிஷால் மினுமினுவென்றிருக்கும்.

அப்பா அவ்வளவு நேர்த்தியாக
செருப்பை அணிவார்.

செருப்பு சப்தத்தை வைத்தே அது அப்பாதான்
என கண்டுகொள்வேன்.

எத்தனையோ
வண்ணங்களில் சோப்பு விளம்பரங்கள்
அப்பா பார்த்தாலும் சந்திரிகாவோடு அவருக்குத்
தீராத காதலுண்டு.

சில்வர் டப்பாவைத்தட்டி
மூக்குப்பொடியை அப்பா உறிஞ்சுவதே தனிக்கலைதான்

எப்போதும் அறையில்
சந்திரிகா சோப்பு அடுக்கி வைக்கப்பட்டிருக்கும்.

இளையவன் கவின் சந்திரிகா சோப்பை
எடுத்து எறிந்து விளையாடுகிறான்.

வீட்டின் அறையெங்கும் வண்ணத்துப்பூச்சிகள்
சந்திரிகா சோப்பிலிருந்து கிளம்பி வருகின்றன.

வத்சலா எங்கிருக்கிறாய்?

சமீபத்தில் உனது தோழியொருத்திதான்
சொன்னாள்.
முப்பது ஆண்டுகள் முன் நீ என்னை உருகி
உருகி நேசித்தாயாமே
என்னைச் சுற்றி வந்து நீ சிரித்து சிரித்துப்
பேசியும் நான் இயல்பாக இருந்து
விட்டேனென்று விடுதியில் நீ
புலம்பித் திரிந்ததாகவும் அவள் மேலும்
குறிப்பிட்டாள்.
நான் வகுப்பெடுக்கும் போது நீ
கண் கொட்டாமல்
பார்த்துக் கொண்டிருப்பாயாம்.
பலமுறை நீ சமிக்ஞை செய்தும் நான் கவனம்
கொள்ளவில்லையென்று வருந்தியதாகவும்
தெரிவித்தாள்.
சிவப்பு கூடிய மெலிந்த எனது தேகமும்
நேர்த்தியான எனது உடையும் உன்னை
அவ்வளவு வசீகரித்ததையும் சொல்லிச்
சென்றாளவள்.
அந்நீலநிற பாரகான் செப்பல்
"நான் அணிந்திருந்ததாலேயே"
அழகாயிருந்ததாகவும், நீ குதூகலித்துள்ளாய்.
என்னை நெருங்குவதில் விடுதியில் படித்த
உங்களுக்குள் கடும் போட்டியிருந்ததையும்
அவள் சிரித்தபடியே சொல்லிச் சென்றாள்.
இப்போது
நீ எப்படி இருக்கிறாய்.
உனது கிளி மூக்கும் குட்டைப் பாவாடையும்
எனக்கு ஞாபகம் வருகிறது.
எங்கே இருக்கிறாய் வத்சலா.
உனது கணவன் இளம் வயதிலேயே மறைந்த
துயரத்தை அவள் மேலும் சொல்லிச்
சென்ற போது பெருந்துயராக இருந்தது.
ஏதோ மருத்துவமனையில் செவிலியாக நீ
இருப்பதாகவும் அவள்
தேடிக் கொண்டிருப்பதாகவும் சொன்னாள்.
ஆயுளுக்குள் உன்னைக் கண்டடைய வேண்டும்.

செந்தி

ஊற்று

தூங்காத ஒற்றைப் பனையின் தலையசைப்பும்
கைப்பிடிச்சுவரற்ற படிக் கூண்டில் பெரும்
துக்கத்தோடு அழும் பூனையும்
விருட்டென பறந்து ஓயர் கம்பியில் லாவகமாய்
அமரும் ஆந்தையும் துணையிருக்க
இருளின் வெளிச்சத்தை சீராக
அளவிட்டுக் கொண்டிருக்கும் கடிகார மனம்

எப்போதும் புதிர் கொண்டிருக்கும்
இரவின் முடிச்சு அவிழ்ந்தபாடில்லை
அதன் கழுத்தை இறுகப் பற்றிடுமுன்
நழுவி ஓடிவிடுகிறது பால்வெளியில்

இரவின் நிழலைச் சுருட்டி
அறையின் மூலையில் கிடத்துகிறது பெருங்கனவு
பெயர்ந்து போன ஒவ்வொரு இரவிலும்
வாழ்வின் ரகசியமொன்று பாதுகாப்புடன் சேமிக்கப்படும்.

சுமந்து வரும் நினைவுகளுக்குப்பின்
மொட்டவிழ்க்கும் இரவு

நிற்க

பெரும் அவஸ்தையோடு நகர்ந்து செல்லும்
இச்சாமத்தின் ஏதோவொரு கணத்தில்
சூல் கொள்ளும் எனக்கான கவிதையொன்று.

இரவுகளைப் புணர்பவன்

அறையினுள்
நீண்டு கிடக்கும் இரவு அணிற்பழம் போலிருப்பதை
அவனறியத் துவங்கிய போது
தன் இரு கைகளால் இரவின் முலைகளை
சுவைக்கத் தொடங்கியவனை சுனைநீர் மூச்சடைத்தது.
அப்போது
அங்கு வந்த ஆதாம் இரவை முதலில் ருசித்த
அணில் நானென்றான்.
வெட்கம் மேலிட அவ்விரவு தன் நிர்வாணத்தை
மற்றொருமுறை அவிழ்த்துக் காட்டியது.
முதல் ருசி, முதல் கலவி.
பின் காடுகளின் நடுவே தொப்பென்று
வீழ்ந்து கிடந்தது இரவு.
அதனை தன் இரு கைகளில் ஏந்தி வௌவால்கள்
நிரம்பிய குகையை நோக்கிச் சென்று
கொண்டிருந்தானொருவன்.
மற்றுமொருவன் அவனை சமர் செய்து அதனை
ஏழுகடல் தாண்டி ஏழுமலை தாண்டி கடத்திச் சென்று
அதனொடு சம்போகம் செய்தான்.
அடங்கா காமத்துடன் அவனிடமிருந்து விலகிய
அவ்விரவு கான்கிரீட் கூடுகளை நோக்கித் திரும்பியது
அப்போது
அதிகப்படியான அணிற்பழங்கள் உதிரத் தொடங்கின
அதில் ஒன்றையெடுத்து
தன் அறையில் நட்டு வைத்தானொருவன்
அவ்விரவின் மயிர்கள் காட்டுச்செடியென வளரத்
தொடங்கின.

மழை பெய்து ஓய்ந்த கோடை இரவு

மழை பெய்து ஓய்ந்த இக்கோடை இரவு
அவ்வளவு
சிலிர்ப்பூட்டுகிறது

மிகுந்த உற்சாகத்துடன் அழைப்பில்
வந்து போகிறாளவள்

மனதைக் கிளர்த்திச் செல்கிறது அவளது நினைவு

குளிர்வீசும் இவ்விரவில் மனமெங்கும்
அவளாகிப் போகிறாள்

இவ்விரவு முழுவதும் பேசிக்கொண்டே
இருக்க வேண்டும் போலுள்ளது அவளுடன்

நட்சத்திரங்களை எண்ணுவது தவிர்த்து
அவளுடனான சந்திப்புகளை நினைத்துக்
களிப்புறுகிறது மனம்

இக்கோடையைக் குளிர்விக்கிறாளவள்

அவ்வளவு அழகாக்கி விட்டாள் இவ்விரவை
எத்தனை அழகு அவள்

அவளுடனான சிநேகம் பரவசம் கொள்கிறது

முத்தங்கள் பரிமாறிக்கொண்ட அவ்வறை
இக்கோடை இரவில் என்ன
செய்து கொண்டிருக்கும்

அவ்வறையின் கண்ணாடிகள் அவளை
மொழி பெயர்த்துக் கொண்டிருக்கக்கூடுமோ
மழை பெய்து ஓய்ந்த இக்கோடையில்.

வத்சலா எங்கிருக்கிறாய்

மேய்ப்பனொருவனும் மந்தையொன்றும்

வன்னிமரத்தடியொன்றில்
ஞானம் பெற்றவன் போலொருவன்
தன் ஆதிப்பிரதேசத்து
ஆடுகளைக் கண்டெடுக்கத் தொடங்கினான்.
திசைகள் எட்டிலிருந்தும்
ஆடுகள் ஒவ்வொன்றாய் வரத்தொடங்கின.
நாளடைவில் அது மந்தையாக மாறிவிட்டது.
அந்த மேய்ப்பனோ
தன் மந்தைக்கு அழகானதொரு பெயர் சூட்டினான்.
ஆடுகளும்
தன் உதடுகளால் அதனை
ஆர்வமுடன் உச்சரிக்கத்தொடங்கின.
மேய்ச்சலுக்குச் சென்ற ஆடுகள்
ஓய்வு வேளைகளில் அழகாகப் பாடத்தொடங்கின.
சில கதைப்பதில் வல்லவைகளாக இருந்தன.
ஆடுகளுக்கும் நன்றாக இரைகள் கிடைத்துக்
கொண்டேயிருந்தன.
ஆடுகளின் உற்சாகம் கண்ட மேய்ப்பன்
பாறையில் அவைகளைக் கொண்டாடிக் களிப்புற்றான்.
மூளை கெட்டுப்போன ஆடொன்று
மேய்ப்பனிடம் சொல்லிக்கொள்ளாமல் ஓடிப்போனது.
அந்த மண்டை வீங்கி ஆட்டிற்கு மூளை
நிறைய இருப்பதாக நம்பிய ஆடுகள் இரண்டு
அதனைப் பின்தொடரத் தொடங்கின.

செந்தி

மேய்ப்பனின் இரை ருசியைக் கண்ட அதிலொன்று
ஏன் தானும் மேய்ப்பன் ஆனாலென்னவென்று
தன் தலையாட்டி ஆட்டினை
கூடவே வைத்துக் கொண்டது.
தூரதேசத்தில் இருந்த ஆடொன்று
திடீரென ஓர் நாள் அந்த ஆட்டினையே
மேய்ப்பனாக வைக்கலாமென
மந்தையில் உளறிவிட்டது.

மேய்ப்பனின் பயணத்திலோ பெட்டையாடொன்று
இணைந்து மந்தையை வழிநடத்தியது
மிரண்டு போன அந்த தூரதேசத்து ஆடும்
மந்தையைக் காலி செய்து ஓடிப்போய் விட்டது.
தன்னருகிலேயே இருந்த இரண்டு ஆடுகளும்
ஓடிப்போய்விட்டனவே என்றிருந்த ஓர் ஆடு
இந்த மேய்ப்பன் வைத்த அழகான
பெயரை மாற்றிவிட்டால் ஆடுகள் ஓடாது
என்று நம்பியது.
பலத்த அடி விழுந்ததும் இரவோடு இரவாக
அதுவும் ஓடிவிட்டது.
மேய்ப்பனோ ஆடுகளின் கணக்கைப்
பராமரிக்கத் தொடங்கினான்.
மேய்ப்பனாக விரும்பிய ஆடு இந்த
மந்தையைப் பிரித்து விட்டாலென்னவென்கிற

தீவிர ஆலோசனையில் இருந்தது.
அதன் நிறம் கருப்பாக மாறத்தொடங்கியது.
மேய்ப்பனோ அதன் தலை ஓர் நாள் தானாகத்
துண்டித்து விழுமென்று நம்பத்தொடங்கினான்.
இது ஆடுகளைப் பற்றிய
கதையென்றே நீங்கள் நம்பிக்கொள்ள வேண்டும்.

வத்சலா எங்கிருக்கிறாய்

மனநோயர் கூடத்தில் சென்று திரும்புதல்

மனநோயர் கூடத்தில்
சென்று திரும்புதல் அவ்வளவு எளிதானதல்ல

மனைவியின் தம்பியின் மனைவியை
வரித்து சுயமைதுனம் செய்திடும் பழக்கமாகிப் போனவன்
அங்கு அனுமதிக்கப்பட்டிருந்தான்.

கோழியைப் புணரவும் எருமையுடன்
உறவு கொள்ள அவா கொண்டவனுமான
ஒருவனும் அனுமதிக்கப்பட்டிருந்தான்.

மேலும் ஒருவன்
மின்விசிறி சுழன்றதாலேயே தூக்கமின்றி
கத்திக்கொண்டிருந்தான்.

யாருமற்ற வீட்டில்
தெர்மாக்கூலில் துவாரம் செய்து
புணர்ந்து அலாதியடையும் ஒருவன் அங்கிருந்தான்.

டிராவல் போபியாவுடைய ஒருவன்
அழுக்குப் பிடித்த அந்த அறைக்குள்ளேயே
ஒடுங்கியபடி கிடந்தான்.

அம்மா அடிக்கடி கனவில் நிர்வாணமாய்
வருவதாகப் புலம்பும் மற்றொருவனும் அங்கிருந்தான்.

மாடிக்குச் செல்லும் போதெல்லாம்
மேலிருந்து குதிக்கவேண்டும் போலிருப்பதாக
சொல்கிற ஒருவனும் இருந்தான்.

மேலும்
குதப்புணர்ச்சியில் மட்டுமே தனக்கு
ஆர்வமுள்ளதாகச் சொல்லிக்கொள்ளும்
மற்றொருவனும் அங்கிருந்தான்.

திரும்பும் போது நானும்
அவர்களுள் ஒருவனாகியிருந்தேன்.

அழைப்பு

ஓர் யுகப்பசியோடு பிரியமாயிருக்கிறேன்
உன்னிடத்தில்.
நீ அங்கிருந்தாலும் எப்போதும்
இங்குதானிருக்கிறாய்.
எல்லையற்ற வானம் போல்
விரிந்து கிடக்கிறது நம் ஸ்நேகம்.
அடர்வனத்தின் மலரினைப் போல
என்னுள் பூத்துக் கிடக்கிறாய் .
நீலக்கடலின் ஆழத்தை ஒத்தது நம் நேசம்.
எப்போதும் என் ஒற்றை நிலவு நீ,
வா
கைகள் இறுகப் பற்றி இப்பிரபஞ்ச
நடை பயில்வோம்
நம் ஸ்நேகம் பார்த்து மின்மினிகள்
வெட்கம் கொள்ளட்டும்.

சுய கவிதை

நான்
நரகாசுரனாகவும், இராவணனாகவும் இருந்தேன்.
அரக்கர் குலத்தைச் சார்ந்தவனாதலால்
என் பற்கள் கோரமானவை.
எனது நாவோ வாள் போன்றது.
பொது அறமற்ற வினைகளையே
மேற்கொள்வேன் என்பது கற்றோர் வாக்கு
ஆதலால்
நாயகிகளைக் கடத்துவது எனது
தொழிலென்பர்.
என்னை வதை செய்து இன்புற்றதாக
சொல்லிக் கொள்வர் தேவர்குலத்தோர்.
இம்முறை
செந்தியாக வந்துள்ளேன்.
வேறென்ன சொல்ல.

காட்சி

தூரத்தில் தனிமையில் இருக்கிறது அந்த
வேப்பமரம்.
குயில்கள் இரண்டு அவ்வப்போது
கூவிக்கொண்டிருக்கும்.
அதிகாலையில் சிறுவர் சிலர்
அதனடியில் சிலம்பம் சுற்றுவர்.
மாலை வேளையில்
காதல் ஜோடியொன்று அங்கே நின்று
வெகுநேரம் பேசி விட்டுச்செல்லும்.
சனிக்கிழமைகளில்
பள்ளிச்சீருடையில் இருவர் புகை பிடித்துக்
கொண்டிருப்பர்.
மற்ற தருணங்களில்
தனியாகவே இருக்கும் அந்த வேப்பமரம்.
நண்பகலொன்றில்
அதனடியில் உறங்கும் நோக்கில் சென்றேன்.
நாகமொன்று விருட்டெனக் கடந்தது.
மழை பெய்து ஓய்ந்த ஈரத்தில் வேப்பம்பூக்கள்
உதிர்ந்து கிடக்கும் அதன் நிழலில் துண்டு
விரித்து சற்றுத் தூங்கலானேன்.
அப்போது
செம்போத்து ஒன்று அங்கு வந்து சேர்ந்தது.

தூது

நம் சந்திப்பின் போதெல்லாம்
தொட்டுத் தொட்டுப் பேசுகிறாய்.
அத்தொடுதலில் நீ சொல்ல வருவது
ஒரு நூறு சொற்களல்லவா.
என் விரல்களைத் தொடுவதற்கு ஏதேனும்
ஒரு செய்தியைச் சொல்ல முற்படுகிறாய்
அக்கண்கள் சொல்லும் சேதி காமம் மிகுந்தது.
என் பாதங்கள் மீது உன் கால்விரல்களைச்
சாய்க்கும் போது சற்று மயங்கத்தான் செய்கிறேன்.
நெடியதொரு பேருந்துப் பயணம்
போகலாமா என்கிறாய்.
எனக்கும் ஆசைதான்.
உன் தோள்மீதோ
அல்லது என் தோள்மீதோ சாய்ந்து
கைகள் கோர்த்து தூங்கிப் போகலாம்.
அதெப்படி
நான் என்ன சொன்னாலும் சிரித்து சிரித்து
வைக்கிறாய்.
அவ்வளவு பிடிக்குமா என்ன?
கள்ளி
சமயத்தில் கிறுக்கிபோல் நடந்து கொள்கிறாயே
உன் அழைப்பில் நீயே மூச்சு விடாமல்
பேசிக் கொண்டிருக்கிறாய்.
கதைபோல் கேட்டுக் கொண்டிருக்கிறேன்
நான்.
வா
இம்மார்கழிப் பனியில் அம்மலைப்பிரதேசம்
சென்று திரும்பலாம்.

செந்தி

ஆயிரத்து மூன்று ரகசியங்கள் சொல்லும் கோடை

கோடையின்
நட்சத்திரங்களை எண்ணிக்கொண்டிருப்பவர்கள்
ஆசிர்வதிக்கப்பட்டவர்கள்
பொதுவாக
கோடை உறங்குதலுக்கான பருவமன்றல்லவே
விழித்திருப்பவனது கோடை
ஆயிரத்து மூன்று ரகசியங்களை
அவனது செவியில் முனுமுனுத்துச் செல்கிறது
இக்கோடையில்
மூன்றாம் மாடிக்கட்டிலில்
துயில் கொண்டிருப்பவர்கள் பாக்கியவான்களே
இந்தக் காதலிகள் ஏன் கோடைகாலத்தில் மட்டும்
இவ்வளவு சினம் கொள்கிறார்கள்
காதலையும் காமத்தையும் ஒரு சேரத்தந்துவிட்டுப் போக
இக்கோடையால் மட்டுமே சாத்தியம்
இந்தத் கோடை மட்டும் ஏன் இவ்வளவு காமமாக இருக்கிறது
மேலும்
இக்கோடையானது காதல் செய்வோரை
கனப்படுத்திச் செல்கிறது
அதிகாலைக் கோடைக்கலவி அவ்வளவு
களிப்புத் தருவதை அறிவீர்களா நீங்கள்
கோடையிரவொன்றை தவிர்க்கிறீர்களெனில்
ஒரு காதலையும் காமம் ஒன்றையும்
கொலை செய்தவர்களாகிவிடுகிறீர்கள்

மழை இரவு

மழை பெய்து ஓய்ந்த இவ்விரவு
பேரமைதியைப் போர்த்திக் கொண்டுள்ளது.
சன்னமான நிலவின் வெளிச்சத்தில்
இந்நிலம் குளுமையாக இருக்கிறது.
புது வீட்டின்
சுண்ணாம்பு வாசம் வீசும்
சுற்றுச்சுவரை ஒட்டியுள்ள வேப்பரமத்தின்
இலைகளிலிருந்து நீர் சொட்டு சொட்டாக
இறங்கிக் கொண்டிருக்கிறது.
ஊர் உறங்கத் தொடங்கும் இவ்விரவில்
தவளைகள் தங்களுக்குள் ஏதோ
பேசிக் கொண்டிருக்கின்றன.
ஒயர் கம்பியில் அமர்ந்து கொண்டு ஆந்தை
ஒன்று அலறிக் கொண்டிருக்கிறது.
பால்கனியில் இருக்கும் தொட்டிச்செடி
ஈரம் விரவிக்கிடக்கிறது.
வடக்கு மூலையில் பல்லி ஒன்று
தூக்கம் வராமல் ஏதோ சொல்லிக்
கொண்டிருக்கிறது.
போர்டிக்கோவில் நிற்கும் ஸ்கூட்டியை
நன்றாகக் கழுவி விட்டிருக்கிறது மழை.
கதவிடுக்கின் வழியே பெருச்சாளியொன்று
வெளியேறுகிறது.
இரவில் நடமாடும் பெருச்சாளிகள் அப்படி
என்னதான் செய்து கொண்டிருக்குமென
யோசிக்கலானேன்.
இம்மழையிரவில் வெள்ளைப்
பூவொன்று பூக்கத் தொடங்குகிறது.
மற்றவையெல்லாம் எப்படிச் சொல்லலாகும்.

பிரிவுக்காலம்

எப்படியெல்லாம்
சிரித்து சிரித்துப் பேசினாய்.
வீணையை வாசிப்பது போல்
சதா எனது பெயரைச் சொல்லிக்கொண்டிருப்பாயே
உனது தோழியிடம் கூட என் பெயரைச்
சொல்லி சிலாகிப்பாயே.
நாள்தோறும் பித்துப் பிடித்தது போல்
சளைக்காமல் பேசித்திரிவயே.
உன் பேச்செல்லாம் எனது புன்னகையை
எனது நேர்த்தியான உடையை
என் கருணையை
என் காமத்தைச் சுற்றிச் சுற்றியல்லவா வரும்.
எனது விரல்கள் பிடித்து
யாருமற்ற பிரதேசத்தில் நடந்து போனதையெல்லாம்
மறந்து போனாயோ
எப்படியுன்னால் இவ்வளவு எளிதாக மறக்க
முடிந்தது என்னை.
நான் பொய்யா?
நீ பொய்யென்று சொல்ல அஞ்சுகிறேன்.
வைராக்யமாக ஆண்டொன்றுக்கும் பேசாது
இருந்து விட்டாயே.
உன்னை கிரேக்கச்சிலை என்றெல்லாம் நான்
உச்சரித்ததை எப்படியுன்னால் மறக்க நேர்ந்தது.
வலிக்கிறது.
சொல்லொணாத் துயர் சேர்க்கிறது உன் நினைவுக் கோடை.

தரிசனம்

வெயிலேறும் பொழுதில்
மேற்கே செல்லும் இருசக்கர வாகனப்
பயணத்தை இடைமறித்து வீரனொருவனைப்
போல நிற்பதை அபூர்வமாக
எதிர்கொள்ள நேர்கிறது.
நண்பகலில்
பனைமரங்கள் சூழ்ந்த காட்டின் நடுவே
சுழன்று சுழன்று அலையினைப் போல
மேலெழுந்து காட்சி தருகிறது.
நிமிடத்தில் தோன்றி வளர்ந்து
ஓர் ஆட்டமொன்றை நிகழ்த்தி மறைந்து போகிறது.
காய்ந்த சருகுகள்
காகிதக் கூட்டங்கள்
புடைசூழ நடந்து வரும் அது
பக்கம் நெருங்கினால்
அடித்துப் போடுமென்கிற அச்சத்தில்
காலாலொரு வட்டம் போட்டு
நிற்கிறது சிறுவர் கூட்டமொன்று
கானல் நீரினாலும் தூசுகளாலும்
செய்யப்பட்ட அய்யனார் போல அரிதாக
தரிசனம் தருகிறது சூறைக்காற்று.

வெளி

இந்த அழகான இரவை வைத்து விட்டு
எங்கு சென்றாய்.
என்னதான் நிலவும் நட்சத்திரங்களும்
உடனிருப்பின் நீயிருப்பது போலாகுமா
எங்கிருக்கிறாய்
வா சென்று திரும்பலாம்
நீயென் வனம்
நீயென் கூடு
நீயென் அன்பு
நீளும் இந்நதியில் மூழ்கி நிலவொளியில்
காயலாம்.
மின்மினி ஒளிரும் இவ்விரவில்
கரம் பற்றி ஒரு சுற்று வரலாம்.
தூரத்தில் கொக்குக் கூட்டமொன்று
அலைந்து திரியும் இவ்விரவினில்
சற்றே இளைப்பாறலாம்.
பேசுவதற்கு நிறைய இருக்கிறது
நம் காதலை
நம் காமத்தை
வெளியெங்கும் பதியமிட்டு வைப்போம்.
மன்மதனவன் வந்து பார்த்து வெட்கட்டும்.

ஞாயிறு பிரதேசம்

இந்தக் குளிர்காலத் துவக்கத்தில் நீ
அழைத்த போது மேலும் சில்லென்றிருக்கிறது.

உன் சொற்கள் ஒவ்வொன்றும் அன்பைச்
சொல்லியபடியிருக்கின்றன

அவ்வளவு உற்சாகமாய்த் தொடர்கிறாய்.

பூவரசமரத்தின் கீழ் நிகழ்ந்த நம்
முதல் சந்திப்பை நினைவுபடுத்தி சிலிர்ப்படையச்
செய்கிறாய்.

தூரத்தில் கேட்ட குயில் சப்தத்தை அப்போது
நீ சங்கீதமென்றதும் ஞாபகத்திற்கு வருகிறது.

நம் கைகளை இறுகப்பற்றிக் கொள்வதில்
எழுந்த அத்தடுமாற்றத்தை அதே
வெட்கத்துடன் இப்போதும் சொல்கிறாய்.

பூவரசம் பூவின் வாசம் நம் கண்களை
சொக்க வைத்ததே என்கிறாய்.

விருட்டென்று கடக்கும் அணில்
முதுகில் தெரிந்த அக்கோடுகள்
இன்னும் அகலவில்லை என்கிறாய்.

உன் அபூர்வ ஞாபகசக்தி சற்றென்னை
குலையச் செய்கிறது.

உதடுகள் குவித்து பரிமாறிக் கொண்டதை
சிலாகித்து சொல்லிக் கொண்டேயிருக்கிறாய்.

பசும்புற்கள் விரவிக்கிடக்கும் அப்பிரதேசத்
தனிமையை மறுபடியும் சொல்லிப் பார்க்கிறாய்.

மீளவும் அது போல் ஓர் ஞாயிறு
வேண்டுமென்கிறாய்.

சரி வா மற்றுமொருமுறை அது போல் உதடுகள்
குவித்து விளையாடிப் பார்க்கலாம்.

அதற்கு முகநூல் என்று பெயர்

முகநூல் என்பது நாட்குறிப்பு
முகநூல் என்பது டைம்பாஸ்
முகநூல் என்பது கடலை போடுதல்
முகநூல் என்பது அரட்டையடித்தல்
முகநூல் என்பது தோழிகளைக் கண்டடைதல்
முகநூல் என்பது மந்தைக்கூட்டம்
முகநூல் என்பது பொரணி மடம்
முகநூல் என்பது முட்டாள்களின் கூடாரம்
முகநூல் என்பது சிலேட்டுப்பலகை
முகநூல் என்பது மூடர்களின் உலகு
முகநூல் என்பது திருட்டுப்பூனை
முகநூல் என்பது சீட்டிங் சந்தை
முகநூல் என்பது விளம்பரப் பலகை
முகநூல் என்பது நூல் விடுதல்
முகநூல் என்பது நோய்மைக்கூடம்
முகநூல் என்பது மாயவுலகு
முகநூல் என்பது சொறி சிரங்கு
முகநூல் என்பது சொம்பு தூக்குதல்
முகநூல் என்பது கம்பு சுத்துதல்
முகநூல் என்பது ஃபேக்குகளின் மறைவிடம்
இன்பாக்ஸ் என்பதே காதல் பேழை.

சமீபத்தில் வந்தவள்

சமீபத்தில்தான்
அந்நகர மையப்பேருந்து நிலையத்திற்கு
வந்து சேர்ந்தாளவள்.

மெலிந்த பிருஷ்டம் கொண்ட அவள்
எப்போதும் துருதுருவென்று அங்குமிங்குமாக
அலைந்து திரிகிறாள்.

அவள் எங்கு குளிப்பாளெனத் தெரியவில்லை.

காலையில் பூச்சூடி தேய்க்கப்படாத
சுடிதாரில் உலாவுகிறாளவள்.

சேலையில் அவளை நான் பார்த்ததேயில்லை

மஞ்சள் பை ஒன்றினையும்
தண்ணீர் புட்டி ஒன்றினையும்
கையில் பிடித்து நடந்து திரிகிறாள்

சில நேரங்களில்
அவளாகவே தனியாகப் பேசிக்கொள்கிறாள்.

அவள் சோர்வாக இருந்தும்
நான் பார்த்ததேயில்லை.

ஓரிடத்தில் அவள் அமர்ந்திருப்பதுமில்லை

ஏதாவதொரு கடைக்காரருடன்
பேசிக்கொண்டு இருப்பாள்.
அப்படி என்னதான் பேசுவாளென்று
வியப்பாக இருக்குமெனக்கு.

ஒருமுறை அவளைக் கடந்து செல்கையில்
மல்லிகை வாசம் கிளர்த்தியது.

செந்தி

எப்போதும்
காலில் செருப்பு அணியாமல்தான் திரிகிறாளவள்.

எப்படியேனும்
இன்று அவளிடம் பேசிவிடும்
தீர்மானத்தில் சென்றேன்.

அந்தக் கடைக்காரப்பெண்தான் சொன்னாள்
அவள் காணாமல் போய் இரண்டு
வாரங்கள் ஆகிறதென்று.

இக்கோடை நண்பகலில் பேருந்து நிலைய
மையப்பகுதியில் நான்
இப்போது சாய்ந்து கிடக்கிறேன்.
பெருங்கூட்டமொன்று என்னை
மொய்க்கத் தொடங்கியது.

களவு ஒழுக்கம் அல்லது சமகாலத்து நம் காதல்

வழக்கமாய்
உனக்கு வாட்ஸ் ஆப் செய்து விட்டு
உன் பதிலுக்காகக் காத்திருப்பேன்.
இன்றோ அனுப்பி விட்டு
பின் ஜாமம் வரை காத்திருக்காய் நீ.
நான் அனுப்பியதை உன் கணவரும்
நீ அனுப்பியதை என் மனைவியும்
பார்த்துக் கொண்டார்களெனில்
என்னாவதென யோசித்தபடி அலுவலகம் செல்கிறேன்.

மணம்

பூக்கள் பூப்பதை நிதானமாய்
பார்த்துக் கொண்டிருக்கிறான் தோட்டக்காரன்.

மல்லிகையின் இடைவெளியில் ரோஜா பூத்தது
ரோஜாவின் கண்ணயர்வில் செம்பருத்தி மலர்ந்தது
அதுவாய் பூத்துக்குலுங்கியது பிச்சி
எல்லாவற்றையும் கண்ணயராமல் பார்த்துக்
கொண்டிருக்கிறான்
தோட்டக்காரன்.

தோட்டக்காரன் தோப்பில் ஒரே தருணத்தில்
விதவிதமாய் பூக்கின்றன பூக்கள்
எதைப் பறிப்பது எதை விடுவதெனத் தெரியவில்லை
தோட்டக்காரனுக்கு

என்றாலும்
மாற்றான் தோட்டத்து மல்லிகைக்குத்தான்
மணம் அதிகமாயிருக்கிறது.

பித்து

1

சந்திக்கும் போதெல்லாம் என்ன
செய்வதென்று தெரியாமல் என்
தலையில் இரண்டு கொட்டு
வைத்து விட்டுப் போய் விடுகிறாய்
நான் தான் கிறுக்கு பிடித்து
அலைய வேண்டியுள்ளது.

2

இந்தப் பேய்மழை போல்
என்னை அச்சுறுத்துகிறாய் அன்பே
விடுவேனா என்ன.
கோப்பையில் ஏந்தி உன்னை
அருந்தத் துடிக்கிறேன்.

சுட்டுதல்

முதலில் ராணி என்று பெயர் வைத்தார்கள்.
பின்னர் செல்வி
என்றழைத்தார்கள்.
ராணியோ மலர் ஆனாள்.
பின் மஞ்சுளாக்கள் வந்தார்கள்.
அதன்பின் தெருவிற்கு நான்கு சாந்திகள் வந்தார்கள்.
தொடர்ந்து ஜோதிகள் தோன்றினார்கள்.
அடுத்தடுத்து
ராதாவும் தேவியும் பெருகினார்கள்.
கலாவைக் கணக்கிட இயலாது.
ரதியோ ஊரெல்லாம் வலம் வந்தாள்
மேலும்
உமாக்கள் உருவானார்கள்.
பாமாவும்
ஓய்ந்தபின் இந்திரா வந்தாள்
இடையில் பிரியாக்கள் வந்துபோனார்கள்.
இந்த கீதாக்களும் தீபாக்களும் எங்கும் இருந்தனர்.
இத்தனைக்கும் நடுவில் சூர்யா திரிந்தாள்.
மீனாக்கள் கோலோச்சிய காலம் ஒன்றிருந்தது.
சரோஜாக்கள் காலமும் முடிவிற்கு வந்தது.
கவிதாவோ அலுக்கத் தொடங்கிவிட்டாள்.
ராதா ரேகாவெல்லாம் ஓடிப்போனார்கள்.
ரேவதிகள் வந்து போனது தெரியவில்லை.
இடைச்செருகலாக தர்ஷினி யுவஸ்ரீ
வந்துதிரும்பினாள்.
லாவண்யாக்களும்
லயாக்களும் ஓய்ந்தபின்
இப்போது
ராஷ்மிகா
ரோஷ்மி
ரோகித்ஷி
என்று அதே ராணிகளையும்
அதே செல்விகளையும்
அதே சாந்திகளையும்
அதே மீனாக்களையும்
அழைக்கத் தொடங்கிவிட்டார்கள்.

வத்சலா எங்கிருக்கிறாய்

காலத்தில் அலைபவன்

ஒரு காலத்தில் மேட்னி ஷோ
ஒரு காலத்தில் கதர் வேட்டி
ஒரு காலத்தில் ஹிப்பிங்
ஒரு காலத்தில் முழுக்கைச் சட்டை
ஒரு காலத்தில் பாரகான் செப்பல்
ஒரு காலத்தில் கைக்கடிகாரம்
ஒரு காலத்தில் அரைஞாண் கயிறு
ஒரு காலத்தில் பூப்போட்ட லுங்கி
ஒரு காலத்தில் ஒல்லிக்குச்சி
ஒரு காலத்தில் கள்
ஒரு காலத்தில் டீசர்ட்
ஒரு காலத்தில் செகண்ட் ஷோ
ஒரு காலத்தில் மிதிவண்டி
ஒரு காலத்தில் முதல் காதலியின் பூங்கா
ஒரு காலத்தில் கலர் முண்டா பனியன்
ஒரு காலத்தில் அரைப்பீடி
ஒரு காலத்தில் டிவிஎஸ் பிப்ட்டி
ஒரு காலத்தில் ப்ளைன்சர்ட்
ஒரு காலத்தில் மருதாணி விரல்கள்
ஒரு காலத்தில் காபி
ஒரு காலத்தில் தோல் செப்பல்
ஒரு காலத்தில் பியர்
ஒரு காலத்தில் என்ஃபீல்டு
ஒரு காலத்தில் ஃபர்முடாஸ்
ஒரு காலத்தில் கட்டம் போட்ட சட்டை
இப்படியாக இருந்தானவன்
இப்படியாக இருக்கிறானவன்.

பட்டாம்பூச்சிகள் பறக்கும் பொத்தையப்ப ஊருணி

மூப்பம்பிள்ளையார் கரைக்கு அருகில்
இருக்கிறது அந்த பொத்தையப்ப ஊருணி
ஆளரவமற்ற பிரதேசத்தில் தனித்திருக்கிறது அது
உச்சி வெயிலில் அதன் தனிமை பேரமைதிமிக்கது.
பருத்திச் சொளை எடுத்த களைப்பில்
தலையில் சுருமாடு கட்டிய பெண்கள்
மண்பானையில் நீர் மொண்டு போகிறார்கள்.
மூப்பம்பிள்ளையார் புளியந்தோப்பில்
காக்கைகள் கரைந்து கொண்டிருக்கின்றன.
உயரத்தில் பருந்தொன்று வட்டமடித்துக் கொண்டிருக்கிறது.
பொத்தையப்ப ஊருணியில்
குறவை மீன்கள் துள்ளிக் குதிக்கின்றன.
தூரத்தில் மஞ்சள் நிற கருவேலம்பூக்கள்
உதிர்ந்து கிடக்கும் புதரில் செம்போத்து திரிகிறது
இந்நண்பகலில் அவ்வூருணித்தனிமை பேரச்சமூட்டுகிறது.
தூரத்தில் சூறாவளி வேறு சுழன்று வருகிறது.
களிமண் நிரம்பிய அவ்வூருணி நீர்
ஓர் நூற்றாண்டு நாவறட்சியை நீக்கவல்லது.
கையில் மொண்டு குடிக்கிறானொருவன்.
அவ்வளவு ருசி.
பட்டாம்பூச்சிகள் நீர்ப்பரப்பின் மீது சுற்றுகின்றன.
தட்டான்கள் அங்குமிங்கும் பறக்கின்றன.
குளத்தின் நடுவில் நீர் மேல் உயர்ந்திருக்கும் குச்சியில்
தட்டானொன்று அமர்ந்து அதன் குண்டுமணி கண்களை
உருட்டுகின்றது.
நாரைகளும் கொக்குகளும் அங்குமிங்கும் அலைகின்றன.
முக்குளிப்பானொன்று இஷ்டத்திற்கு மூழ்கி எழுகிறது.
கரையோரம் மெல்ல நடந்து வரும் நான்
விரித்து தூங்கலானேன்.
சாரையொன்று காலேறி ஊருணிக்குள்
கோடு கிழித்துச் சென்றது.
அயர்ந்து விழிக்கையில் சூரியன்
ஊருணி மேற்காக விழுந்து கொண்டிருந்தது.